நாற்காலிக்காரர்

அன்பார்ந்த வாசகருக்கு,

வணக்கம்.

காலச்சுவடு நூலை வாங்கியமைக்கு நன்றி.

நூலின் உள்ளடக்கம், உருவாக்கம், அட்டைப்படம் இன்ன பிற அம்சங்கள் பற்றிய உங்கள் கருத்துகளையும் ஆலோசனைகளையும் காலச்சுவடு வரவேற்கிறது. தகவல், எழுத்து, வாக்கியப் பிழைகள் தென்பட்டால் கட்டாயம் தெரிவித்து உதவுங்கள். நூல் தயாரிப்பில் கடும் குறைபாடு இருப்பின் மாற்றுப் பிரதி உங்களுக்குக் கிடைக்கக் காலச்சுவடு ஏற்பாடு செய்யும்.

மின்னஞ்சல்: publisher@kalachuvadu.com

காலச்சுவடு நாகர்கோவில் தலைமையகத்துக்கும் கடிதம் அனுப்பலாம்.

தங்கள்
எஸ்.ஆர். சுந்தரம் (கண்ணன்)
பதிப்பாளர் – நிர்வாக இயக்குநர்

நாற்காலிக்காரர்

ந. முத்துசாமி (1936–2018)

தமிழின் முக்கியமான எழுத்தாளர்களில் ஒருவர், நாடக ஆசிரியர். தஞ்சாவூர் மாவட்டத்திலுள்ள புஞ்சை என்ற கிராமத்தில் பிறந்தவர். *கசடதபற*, *நடை* போன்ற இலக்கிய இதழ்களில் சிறுகதைகளை எழுதிவந்தார்.

கூத்துப்பட்டறை என்னும் நாடகக் குழுவை நிறுவி நாடகங்களை எழுதித் தயாரித்துவந்தார். கூத்துப்பட்டறை என்ற நாடக அமைப்பு தமிழில் பரிசோதனை நாடகங்களுக்கு வழிகாட்டியாக இருந்துவருகிறது. தெருக்கூத்தைத் தமிழ்க் கலையின் முக்கிய அடையாளமாக்கியவர்களுள் இவரும் ஒருவர்.

இவர் எழுதிய 'ந. முத்துசாமி கட்டுரைகள்' எனும் நூல் தமிழ்நாடு அரசின் தமிழ் வளர்ச்சித் துறையின் 2005ஆம் ஆண்டுக்கான சிறந்த நூல்களில் நுண்கலைகள் (இசை, நடனம், ஓவியம், சிற்பம்) எனும் வகையின் கீழ் பரிசு பெற்றிருக்கிறது. 2000ஆம் ஆண்டின் சங்கீத நாடக அகாதெமியின் விருது பெற்றிருக்கிறார். இவரது கலைச் சேவையைப் பாராட்டி 2012ஆம் ஆண்டில் இந்திய அரசு பத்மஸ்ரீ விருதை வழங்கியது.

ந. முத்துசாமி

நாற்காலிக்காரர்

காலச்சுவடு பதிப்பகம்

நாற்காலிக்காரர் ◆ நாடகம் ◆ ஆசிரியர்: ந. முத்துசாமி ◆ © மு. நடேஷ் ◆ முதல் (குறும்) பதிப்பு: டிசம்பர் 2022 ◆ வெளியீடு: காலச்சுவடு பப்ளிகேஷன்ஸ் (பி) லிட்., 669 கே.பி. சாலை, நாகர்கோவில் 629001

காலச்சுவடு வெளியீடு: 1165

naaRkaalikkaarar ◆ Play ◆ Author: Na. Muthuswamy ◆ © M. Natesh ◆ Language: Tamil ◆ First (Stort) Edition: Deceember 2022 ◆ Size: 14 x 15cm ◆ Paper: 18.6 kg maplitho ◆ Pages: 56

Published by Kalachuvadu Publications Pvt.Ltd., 669, K.P. Road, Nagercoil 629001, India ◆ Phone: 91-4652-278525 ◆ e-mail: publications@kalachuvadu.com ◆ Printed at Clicto Print, Jaleel Towers, 42 KB Dasan Road, Teynampet Chennai 600018

ISBN: 978-81-960153-7-4

12/2022/S.No.1165, kcp 4217, 18.6 (1) rss

முன்னுரை

தமிழில் நவீன நாடகத்தைக் கட்டமைத்த, பிரதி வசனங்களை மடக்கிப்போட்டுக் கதை சொல்வது என்ற நிலையிலேயே தமிழில் பெரும்பாலான நாடகப் பிரதிகள் செயல்பட்டுவந்த நிலையில் சிறுபத்திரிகை மரபில் உருவான ந. முத்துசாமி 1970களின் தொடக்கத்தில் நாடகப்பிரதி உருவாக்கத்தில் ஒரு புதிய மனநிலையை வெளிப்படுத்துகிறார்.

தமிழில் புதுமைப்பித்தன், கு.ப. ராஜகோபாலன், தி. ஜானகிராமன் போன்ற இலக்கியம் சார்ந்த புதுவகைக் கதைசொல்லிகளும் புதிய நாடகப் பிரதி களுக்கான முயற்சிகளை மேற்கொண்டாலும்

அவை நாடக மொழி சார்ந்த இயங்குதளத்துடன் இயக்கம் பெறவில்லை. 1970களின் காலகட்டம் இந்திய மொழிகள் அனைத்திலும் புதிய வடிவாக்கங்களுக்கான காலகட்டமாக இருந்தது. வங்காளத்தில் பாதல் சர்க்கார், மராத்தியில் விஜய் தெண்டுல்கர், இந்தியில் மோகன் ராகேஷ், கன்னடத்தில் கிரிஷ் கர்னாட், சந்திரசேகர கம்பார், மலையாளத்தில் காவாலம் நாராயணப் பணிக்கர் போன்றவர்கள் நாட்டுப்புற வாழ்வியல், சமூக எழுச்சி ஆகிய பின்புலத்தில் அவை சார்ந்த நாடக மொழியுடன் புதிய நாடகப் பிரதிகளை உருவாக்கிக்கொண்டிருந்த காலகட்டம் அது.

எழுத்து, நடை ஆகிய சிறுபத்திரிகைத் தொடர்புகளால் புதுக்கவிதை குறித்தும் நிகழ்வடிவங்கள் குறித்தும் எழுச்சி பெற்ற முத்துசாமி புதிய நாடகப் பிரதிகளை உருவாக்கும் முயற்சியில் நாற்காலிக்காரர், காலம் காலமாக, அப்பாவும் பிள்ளையும் ஆகிய மூன்று நாடகங்களை எழுதி வெளியிடுகிறார். க்ரியா பதிப்பகம் இந்த நாடகங்களைத் தொகுப்பாக வெளியிடுகிறது. அந்த நாடகப் பிரதிகள் தமிழில் புதிய நாடக எழுத்து குறித்த பல விவாதங்களுக்கான களமாக இருந்தன. தமிழில் நவீனத்துவக் காலகட்டத்தின் பிரதிநிதியாகச் செயல்பட்ட முத்துசாமி நாடகத்தில் நவீனப் பார்வையைப் பயன்படுத்திப் புதியதொரு இயங்குதளத்தை உருவாக்கியதின் சிறப்பான தொடக்கம் இது.

இந்த நாடகங்களில் அபத்த நாடக பாணி செயல் பட்டிருந்தாலும், தான் அதுவரை அபத்தவகை நாடகங்களைப்

படித்ததில்லை என்றும் அய்னெஸ்கோவைப் பின்னாட்களில் தான் படித்ததாகவும் முத்துசாமி ஒரு பேட்டியில் கூறினார். வண்டிச்சத்தம், மரங்களின் அசைவுகள் போன்ற அசையும் பொருள்களே தன்னுடைய நாடகங்களுக்கு உத்வேகமாக இருந்த தாகவும், தன்னுடைய நாடகங்கள் காட்சிக் கவிதைகள் என்றும் முத்துசாமி குறிப்பிடுகிறார். நாற்காலிக்காரர் நாடகத்திலும் ஓசை குறித்த இத்தகைய பார்வை செயல்படுவதைப் பார்க்க முடியும். இந்த நாடகத்தில் விதவிதமான வேடிக்கை விளையாட்டுகளில் ஈடுபடும் இருவித கோஷ்டிகள், அந்த வேடிக்கைகளில் வேகம் கொள்ளும் ஒரு வேடிக்கையாளர், சார்புகளற்று நாற்காலியில் நிலைபெற்றுள்ள நாற்காலிக்காரர் எனப் பாத்திரங்கள் சமகால அரசியலின் பல்வேறு முகங்களாக வெளிப்படுகின்றன. கோலிகுண்டு ஆட்டம், சீட்டுக்கட்டு ஆட்டம் எனப் பாரம்பரியம், இறக்குமதி செய்யப்பட்ட நவீனம் என்பனவற்றின் குரல்களாக இந்த இரு கோஷ்டிகளும் செயல்படுகின்றன. 1950–1970 காலகட்ட திராவிட அரசியலில் விருப்பும் ஈடுபாடும் கொண்ட முத்துசாமி, அவர்களின் கோஷங்கள் சார்ந்த பிரகடனங்களில் உள்ள வசீகரம், ஆபத்து ஆகிய கூறுகளின் பல்வேறு சாத்தியங்களை இப்பிரதியில் கவனப்படுத்துகிறார்.

கோஷங்களின் ஈர்ப்பு இரு தரப்பிடமும் ஆதிக்கம் செலுத்தும் நிலையில் வாழ்க, ஒழிக ஆகிய இரு கோஷங்களும் பழைமைக்கும் புதுமைக்குமான சமஅளவிலான நிரந்தரப் பிரிவின் குறியீடாக ஒலிக்கின்றன. கோஷங்கள் செயலாக மாறிவிடக்கூடாது என்பதில் இரு கோஷ்டிகளுக்கும் இருக்கும்

கவனமும் விமர்சனப் பார்வையாக இணைந்து செல்கிறது. ஆனால் வெற்றி தோல்வி இல்லாத விளையாட்டு ஏது என்ற கேள்வி தோன்ற, ஒவ்வொரு தரப்பின் பிரதாபங்களுக்கிடையே நடுநிலையான நாற்காலிக்காரர் தன்னுடைய தேர்வைச் செயல்படுத்த நிர்ப்பந்திக்கப்படுகிறார். ஆனால் எவ்வகையான தேர்வும் மற்ற தரப்புக்கு உவப்பளிக்காத நிலையில் நடுநிலையாளரின் சுயபார்வை சார்ந்த குறிப்பிட்ட தேர்வும் கண்டனத்துக்கு உள்ளாகிறது.

நாடகம் முழுவதும் குறியீட்டுத் தளத்தில் இயங்குகிறது. சிறுசிறு கதையாடல்களாகப் பல்வேறுபட்ட இரட்டை நிலைகளை நாடகம் உரையாடிச் செல்கிறது. ஒரு கட்டத்தில் கோஷங்களே மனத்துக்கு உற்சாகம் தரும் விளையாட்டாவதும் புதிய கோஷங்கள் பிறப்பதும் விளையாடுபவன், வேடிக்கை பார்ப்பவன் என்ற வித்தியாசமில்லாமல் போவதும் நிகழ்கின்றன. அவை லட்சியத்தை உள்ளடக்குவதும் தவிர்க்க இயலாது செயலுக்கு அழைத்துப்போவதும் கவிதைக்கான சந்தம் கொண்டிருப்பதும்கூட உணரப்படுகின்றன. வெற்றி தோல்விக்கான பல விளையாட்டுகள் ஆராயப்பட்டுப் புதிய யோசனைகள் பிறக்கின்றன. நடுநிலையாளருக்கும் சுயதேர்வு உண்டு என்ற சாத்தியம் வெற்றி/தோல்வி ஆகிய நிலைமைகளுக்கு முற்றுப்புள்ளி வைக்கும் நிலையில் ஒரு தரப்பு சமாதானமற்றுப்போகும் நிலையே தொடர்கிறது. நடுநிலையாளர் கையறு நிலையில் சிக்குவதுடன் நாடகம் முடிகிறது.

கோஷங்கள் சார்ந்த சமகால அரசியலின் பல்வேறு முகங்களை வெளிப்படுத்தும் இந்த நாடகம் தமிழில் நவீன நாடக உருவாக்கத்திற்கும் செயல்பாட்டுக்குமான மாதிரிப் பிரதியாக அமைந்தது. வடிவம், சமகாலப் பொருத்தப்பாடு ஆகியவை சார்ந்து நவீன நாடக இயக்கத்தைக் கட்டமைக்கும் நோக்கில் உருவான செறிவான முயற்சி என்று இதைக் கூற முடியும்.

சென்னை
நவம்பர் 30, 2022

வெளி ரங்கராஜன்

நாற்காலிக்காரர்

பாத்திரங்கள்:

இருபது நபர்கள்

திரை தூக்கப்பட்ட இருண்ட மேடையில் மெல்ல ஒளி பரவுகிறது. உள் வலப்புற மூலையில் நாற்காலியில் ஒருவர் உட்கார்ந்திருக்கிறார். அவர்மேல் ஒளி வீசப்பட்டு பின் மங்கலாக்கப்படுகிறது. இப்பொழுது ஒன்பது பேர் இடப்புற வழியாக மேடையில் வருகிறார்கள். கசமுசாவென்று ஒன்றும் புரியாமல் பேசிக் கொண்டு வருகிறார்கள். ஒருவன் ஆடிக் கசங்கிய சீட்டுக்கட்டைக் கலைத்துக் கொண்டே வருகிறான். வந்த வேகத்தில் தரையில் உட்கார்ந்து நான்கு பேருக்குக் கலைத்த சீட்டைப் போடுகிறான். நான்கு பேர் அவற்றைப் பொறுக்கிக் கொண்டு ஆடும் மும்முரத்தில் ஒன்றுகிறார்கள். மற்றவர்கள் அவர்களைக் குழுமிக்கொண்டு முழங்காலில் கையை ஊன்றிக் குனிந்து வேடிக்கை பார்க்கிறார்கள். கசமுசா சப்தம். இதைத் தொடர்ந்து இன்னும் ஒன்பது பேர் கசமுசா சப்தத்தோடு வலப்புற வழியாக மேடையில் நுழைகிறார்கள். வந்த வேகத்தில் உட்கார்ந்து கோலி விளையாடுகிறார்கள். பிறகு ஒருவன் தனியாக வந்து இடப்புற முன் மூலையில்

இடுப்பில் கைகளை ஊன்றிக் கொண்டு கால்களைப் பரப்பி நின்று, இரண்டு விளையாட்டையும் குனிந்தும், நிமிர்ந்தும், தலையைச் சாய்த்தும் வேடிக்கை பார்த்துக் கொண்டிருக்கிறான். சற்று நேரம் வேடிக்கை பார்த்த பிறகு பேச ஆரம்பிக்கிறான்.

வேடிக்கை பார்ப்பவன்: "சபாஷ், ரொம்ப நல்ல விளையாட்டு நல்லா குறிபார்த்து, நல்லா குறிபார்த்து. குண்டு ஓடையணும். உடைஞ்சு சிதறணும். போட்டி... போட்டி . . . பால்குண்டு ஓடையுதா, கண்ணாடி குண்டு ஒடையுதான்னு போட்டி, நாங்க சின்ன வயசிலே கிராமத்திலே செங்கல் குண்டு செஞ்சு விளையாடுவோம். ஒரே அடி, நங்குன்னு... குண்டு தூள் தூள், கற்சட்டி காதிலே குண்டு செஞ்சா மாக்கல் குண்டு. விளையாட்டைவிடக் குண்டு செய்யறது ரொம்ப சுவாரஸ்யமான பொழுதுபோக்கு. யாரும் பம்பரம் கொண்டாரலையா? குத்துப்பம்பரம் விளையாடலாமே. ஏங்கொண்டாரலை? கிட்டிப்புள்ளூ? அதுவுந்தான் நல்ல விளையாட்டு, நம்ம தேசிய விளையாட்டு. இந்தச் சீட்டுக் கட்டு இந்த தேசத்துக்கு எப்போ வந்தது? ஆனா அதுவுந் தேசீயமா ஆயிடுச்சு.

நாற்காலிக்காரர்: நீ ஏன் இந்த விளையாட்டிலே இவ்வளவு ஆர்வங்காட்டறே. வாயே மூடிக்கிட்டு சும்மா வேடிக்கை பாக்க முடியாதா ஒன்னாலே? நீ காட்டற ஆர்வத்திலே இவங்களுக்கு குஷி பொறந்து பூடுது. நேரங்காலம் இல்லாமே, சாப்பாடு தண்ணி இல்லாமே ஆட ஆரம்பிச்சுடறாங்க. விளையாட்டிலே வெறி புடுச்சிடுச்சின்னா தலைகால் போறது தெரியாது. வேட்டி வெலகறது தெரியாது. ரொம்ப

ஆர்வங்காட்டாதே. வேடிக்கை பாரு போதும். இதோ, நான் பாக்கலே? நானும் இதெல்லாம் கவனிச்சுக்கிட்டுத்தானே இருக்கேன்?

வே.பா: அது எப்படி? வேடிக்கைபாத்தா வேகம் வரத்தானே செய்யுது.

நாற்காலிக்காரர்: அது எப்பிடி ... எப்படி வேகம் வரும்? நிதானமாயிருந்தா வேகம் வருமா?

வே.பா: எங்கே நிதானமா இருக்க முடியுது? மாரியம்மன் கோயில் தீ மொதியிலே வேடிக்கை பாக்கற நமக்கு வேகம் வந்துடலையா? தணல்லே ... குண்டு குண்டா கிடக்கிற தணல்லே படுத்து அங்கப் பிரதட்சணம் பண்ணலாம் போல வேகம் வந்துடலே? காவடிக்கொட்டு கொட்டினா கூத்தாடணும்போல இருக்கு. 'துவா'ன்னு சாமி வந்து 'வா' விடறானே.. மௌனமா நின்னாலும் நம்ம தொண்டையிலே சத்தங் கேக்கலே? இது இந்த உடம்போட பொறந்தது, உடம்போடத்தான் போகும்.

நாற்காலிக்காரர்: இவ்வளவு நல்லா சிந்திக்கறயே, கொஞ்சம் நிதானமா இருந்து பாரேன். முடியுதான்னு பாரேன். முடியாதுன்னு முதல்லேயே ஏன் முடிவு கட்டிக்கறே?

வே.பா: சரிதான் போய்யா ... ஞாயம் சொல்ல வந்துட்டாரு. ஒன்னாலே சும்மா இருக்க முடிஞ்சுதா? புத்தி சொல்லத் தோணுதில்லே. ஒன்னாலே சும்மா இருக்க முடியாமே ஊரானுக்கு வாத்தியாரா ஆவுறேல்லே. நிதானமா வேடிக்கை

பாரு ஒம்பாட்டுக்கு. இல்லே வூட்டுக்குள்ளே போயி கதவைச் சாத்திக்க, காந்தியாரு கொரங்குமாதிரி காதைப் பொத்திக்க, கண்ணே மூடிக்க , வாயே பொத்திக்க. போ . . . வூட்டுக்குள்ளே போயி ஒம்பாட்டுக்கு ஆம்படையான் பொண்டாட்டி விளையாட்டு விளையாடு போ. *(இங்கு திரும்பி)* சபாஷ் . . . நீங்க. ஜமாய்ங்க. சீட்டு மூளைக்கு வேலை கொடுக்கிற ஆட்டம். சில்லறை வைச்சு ஆடணும். சும்மா முன்னூத்தி நாலு, தொள்ளாயிரத்தி நாலுன்னு ஆடறதிலே அர்த்தமில்லே. அது என்ன ஆட்டம்? நாட்டுப்புறத்தான் ஆட்டம். மத்தியானத்திலே திண்ணை தூங்கிங்க ஆட்டம். காசு வைக்கணும், அதுதான் ஆட்டம். மூளையே காசாலே அளக்கணும். தோக்கறவன் முட்டாள். ஜெயிக்கிறவன் ஞானி. அவன் மூளை கிலோ கணக்கில் காலிபிளவர் மாதிரி.

நாற்காலிக்காரர்: *(தனக்குத் தானே)* நல்லது சொன்னா எங்கே ஏறுது? ரத்தத்திலே ஊறிப்போச்சு. பரம்பரை பரம்பரையா ரத்தமும் சதையும், எலும்பும் தோலும் அதுவாவே இருக்கு . காட்டிலே வேட்டையாடின கூட்டங்கறதுக்கு இன்னமும் மனுசன் சாட்சியா இருக்கான்.

வே.பா: *(விளையாட்டைக் கவனித்துக் கொண்டே நாற்காலிக்காரர் பக்கம் கையைக் காட்டி)* போய்யா . . . போய்யா . . .

சீட்டு விளையாடுபவர்கள்: *(மும்முரத்தில் இவர்கள் பேச்சைக் கவனிக்காது, பேசியதின் கடைசிச் சொல்லைப் பிடித்துக் கொண்டு)* போய்யா . . . போய்யா . . .

கோலிக்குண்டுக்காரர்கள்: *(அனிச்சையாக)* போய்யா . . . போய்யா . . .

ஒருவன்: *(சப்த இசையின் சுவாரஸ்யத்தில் நிமிர்ந்து குறிப்பாக யாரையும் பார்க்காமல் எங்கோ கவனித்து)* போய்யா . . . போய்யா . . .

இன்னொருவன்: *(நிமிர்ந்து பிரக்ஞையோடு)* போய்யா . . . போய்யா . . .

எல்லோரும்: *(ஆட்டத்தைக் கலைத்து எழுந்து உற்சாகத்துடன்)* போய்யா.. போய்யா . . .

வே.பா: ஆகா, என்ன பிரமாதமான விளையாட்டு இது.

ஒருவன்: இனிமே நாம இந்த விளையாட்டே விளையாடினா என்ன?

இன்னொருவன்: 'ஆமாம் இது நல்லா இருக்கு. விளையாடலாமே.

மற்றொருவன்: விளையாடுவோம். இதையே விளையாடுவோம்.

அடுத்தவன்: இந்த விளையாட்டிலே ஒருத்தன் பாக்கியில்லாமே எல்லாரும் கலந்துக்கலாம்.

பிறிதொருவன்: விளையாடறவன் வேடிக்கை பாக்கறவன்ங்கற வித்யாசம் இல்லாமே பூடும்.

ஒருவன்: எல்லோரும் சமம்.

அடுத்தவன்: ஆமாம், இந்த விளையாட்டு எல்லாரையும் சமமாக்கிடும்.

மற்றவன்: இனிமே நாம இதையே விளையாடுவோம்.

இன்னொருவன்: போய்யா ... போய்யான்னா? ஒரே அபத்தமா இருக்கு. என்ன விளையாட்டு இது, போய்யா போய்யான்னு சொல்றதிலே என்ன சுவாரஸ்யம் இருக்கு?

வே.பா: போய்யா, போய்யான்னு வேண்டாமே. இது காரணமா இன்னொரு விளையாட்டைக் கண்டுபிடிக்கிறது

ஒருவன்: போய்யா போய்யாங்கறத்திலேருந்து என்னத்தைக் கண்டு பிடிக்கிறது, *(சிரித்து)* வாய்யா வாய்யான்னு சொல்லலாமா?

மற்றொருவன்: எனக்கொரு யோசனை தோணுது

எல்லோரும்: *(அவனைச் சூழ்ந்து கொண்டு)* என்ன யோசனை? ... என்ன யோசனை?

அந்த மற்றொருவன்: கோஷம் போடற விளையாட்டு

இன்னொருவன்: போய்யா ... போய்யா ... கோஷம் போடறது ஒரு விளையாட்டா?

அந்த மற்றொருவன்: போய்யா ... போய்யா ... கோஷம் போடறது விளையாட்டு இல்லாமே பின்னே என்னவாம்?

வே.பா: ஆமாய்யா . . . ஆமாய்யா . . . கோஷம் போடறதும் ஒரு விளையாட்டுன்னுதான்யா தோணுது

ஒருவன்: அவரு சொல்றது ரொம்ப சரி

இன்னொருவன்: ரொம்ப ரொம்ப சரி

அடுத்தவன்: போய்யா . . . கோஷம் போடறதுலே என்னய்யா லாபம்? தொண்டை வரண்டு புண்ணாப்போகும்

மற்றவன்: அதெல்லாமில்லே, கோஷம் மனதுக்குத் தெம்பைத் தருது

அடுத்தவன்: உற்சாகமூட்டுது

பக்கத்தவன்: சோம்பலை விரட்டுது. சுறுசுறுப்பாக்குது

ஒருவன்: மனோதத்துவமே இதுலே மறைஞ்சு கிடக்கு

அடுத்தவன்: கோஷத்தாலே தேசத்தையே எழுப்பிடலாம்

இன்னொருவன்: ஆமாம். கோஷத்தாலே சாதிக்க முடியாததே இல்லேன்னு தோணுது

அடுத்தவன்: அப்போ நாம கோஷம் போடலாம்

பக்கத்தவன்: என்ன கோஷம் போடறது?

ஒருவன்: வாழ்க, வாழ்கன்னு விண்ணை முட்டக் கத்தலாம்

இன்னொருவன்: வாழ்கன்னு அலுப்புத்தட்டினா ஒழிகன்னு கத்தலாம்

அடுத்தவன்: சீச்சீ. ஒழிகன்னு கத்தக்கூடாது. நம்ம சக்தி வீண். வாழ்கன்னே கத்துவோம். வாழறது வாழ்ந்தா ஒழியறது தானா ஒழியும்

பக்கத்தவன்: அது எப்படி? வாழறது நல்லா வாழணும்னா ஒழியறது ஒழிஞ்சாகணும். ஒழிச்சுக் கட்டியாகணும்

இன்னொருவன்: பயிரு வளரணும்னா களையே புடுங்கணும்

ஒருவன்: முளையிலே கிள்ளி எறியணும்

மற்றவன்: புல்லுருவி மொளைச்ச மரம் போறை விழுந்துடும்

அடுத்தவன்: வேரோட புடுங்கி எறியணும்

ஒருவன்: எதெ ... நிலத்திலே மொளைச்சதையா? ... மரத்திலே மொளைச்சதையா?

இன்றொருவன்: *(அவன் சொன்னதைக் கவனிக்காமல்)* ஆணி வேரு அறு காமே புடுங்கி எறியணும். புடுங்கின எடத்திலே மீண்டும் மொளைக்காமே வெந்நீரே தளைக்கத் தளைக்கக் காய்ச்சி ஊத்தணும்

அடுத்தவன்: இல்லே, இல்லே, திராவகம் ஊத்தணும்

வே.பா: இப்போ ... ஒரு பெரிய தப்பு நடந்து போச்சு. யாருமே கவனிக்காமே நடந்து போச்சு. பெரிய தப்பு ஒண்ணு நடந்து போச்சு

(திடீரென்று அமைதி)

ந. முத்துசாமி

ஒருவன்: என்ன தப்பு?

அடுத்தவன்: யாரு செஞ்ச தப்பு?

பக்கத்தவன்: *(மிக அமைதியாக)* நான் செய்யலை . . . அவன்

ஒவ்வொருவரும்: *(பரபரப்புடன்)* நான் செய்யலை . . . அவன். நான் செய்யலை . . . அவன் *(என்று ஒருவரைப் பார்த்து ஒருவர் ஆள் காட்டி விரலை நீட்டுகிறார்கள்)*

வே.பா: ஆகா, பாத்தீங்களா? உண்மை எப்படி வெளிப்படுதுன்னு பாத்தீங்களா? உண்மையெ மறைச்சு வைக்க முடியாதுன்னு தெரிஞ்சுபோச்சா? எல்லாரையும் நோக்கி ஆள்காட்டி விரல் நீண்டிருக்கு பாத்தீங்களா? யாரும் மிச்சமில்லே பாத்தீங்களா? ஆமாம். நீங்க எல்லாருமா சேர்ந்து தான் தப்பு செஞ்சீங்க. ஆள்காட்டி விரலுக்கு ஆள்காட்டி விரல் கோடு போட்டுச் சேருங்க. எத்தனைக் கோடுகள். எத்தனைக் கோடுகள். குறுக்கும் நெடுக்குமா, குறுக்கும் நெடுக்குமா. ஒரே குளறுபடி சிக்கல். *(புதிதாகக் கண்டுபிடித்த சந்தோஷத்துடன்)* ஆகா. இன்னொரு உண்மை *(அது மறந்துபோகத் தலையைச் சொறிந்து வேறு நினைப்பில் சந்தோஷம் வந்து)* பரவாயில்லே. ஒத்தனை ஒத்தன் குற்றஞ்சாட்டினா செஞ்ச தப்பு மறந்துபோகும். செஞ்சவனுக்கே மறந்துபோகும். ஊருக்கே மறந்துபோகும். உலகத்துக்கே மறந்துபோகும். ஆராய்ச்சி செய்ஞ்சா டாக்டரேட் வாங்கலாம். இன்னொருத்தன் வேறுவிதமா செஞ்சும் டாக்டரேட் வாங்கலாம். ஒண்ணுக்கு ஒண்ணு முரணாக இருக்கும், உண்மை தெரியாது, டாக்டரேட்

மிஞ்சும் *(கொஞ்சம் யோசித்து)* உண்மையே மறைச்சுவைக்க முடியாதா? என்ன இது? டாக்டரேட்டிலே உண்மை தெரியாமே போச்சே. *(சற்று அமைதி, பிறகு சாந்தமாக)* சீச்சீ . . . நமக்கு இந்தப் பிரச்சனை எல்லாம் எதுக்கு. நீங்க எல்லாருமா சேர்ந்துதான் தப்பு செஞ்சீங்க. *(குழப்பத்தில் சோர்ந்து போகிறான்)*

எல்லாரும்: *(விரலை மெல்ல மடக்கிக் கொண்டு)* நாங்களா? நாங்களா? *(அமைதி)*

ஒருவன்: நாங்க எல்லாருமா?

அடுத்தவன்: எப்படி? என்ன தப்பு செஞ்சோம்?

வே.பா: *(உற்சாகம் திரும்பி)* நாம கோஷம் போடறதைப் பத்தித் தானே பேசிக்கிட்டிருந்தோம்?

ஒருவன்: ஆமா

வே.பா: முளையே கிள்ளறது, வேரோட புடுறங்கறது, திராவகம் ஊத்தறதுன்னு ஏன் ஆரம்பிச்சிங்க? கோஷத்தே மறந்துட்டு காரியத்தில் ஞாபகம் எப்படி வரலாம் உங்களுக்கு? கோஷம் வேறே. காரியம் வேறே. ரெண்டையும் போட்டுக் குழப்பிக்காதீங்க

இன்னொருவன்: ஆமாம். நாம ரெண்டையும் போட்டுக் குழப்பிக்கக் கூடாது

அடுத்தவன்: நாம கோஷமே போடுவோம். அதை நாம் உடனே போடலாம்

பக்கத்தவன்: உடனுக்குடனே

மற்றவன்: இப்பவே. யோசிக்காமே, இப்பவே உடனுக்குடனே, போடலாம் கோஷம்

ஒருவன்: காரியமுஞ் செய்யலாம், கோஷமும் போடலாம். கோஷத்துக்கான காரியம் செய்வோம். காரியத்தைக் காட்டிக் கோஷத்தைப் போடலாம்

அடுத்தவன்: சேதுவை மேடுயர்த்தி வீதி சமைப்போம்

இன்னொருவன்: வெள்ளிப் பனிமலையின் மீதுலாவுவோம்

மற்றவன்: கோஷத்துக்குள்ளே லட்சியமிருக்கு

அடுத்தவன்: லட்சியமெல்லாம் கோஷங்கள்தான்

ஒருவன்: சரி . . . சரி . . . விஷயத்துக்கு வருவோம். இப்படி லொடலொடன்னு பேசிக்கிட்டிருக்கிறதிலே அர்த்தமில்லே. எதை ஒழிகன்னு கோஷம் போடறது? வெறுமெ ஒழிகன்னு போட்டா பத்தாதே. பத்துமா?

பக்கத்தவன்: பத்தாது, பத்தாது

இன்னொருவன்: அது போதவே போதாது

வே.பா: *(கடகடவென்று சிரித்து)* காத்திலே எச்சல் துப்பினா அர்த்தமில்லே. அதுக்கு ஒரு மூஞ்சி வேணும்

ஒருவன்: எதிர்காத்திலே துப்பினா அந்த மூஞ்சி நம்ம மூஞ்சி

அடுத்தவன்: காத்துப்போக்குலே துப்பணும். அதுக்கு எதிரிலே ஒரு மூஞ்சி

இன்னொருவன்: அப்போ ஒழிகன்னு மட்டும்தானா?

பக்கத்தவன்: நம்ம மூஞ்சி . . ?

வே.பா: இந்தப் பிரச்சனையே ஒருவகையா நாம தீர்க்கலாம்

எல்லாரும்: எப்படி? எப்படி?

வே.பா: சீட்டுக்கட்டு கோஷ்டி, கோலிக்குண்டு கோஷ்டின்னு ரெண்டா பிரிச்சுக்குவோம்

ஒருவன்: சபாஷ், ஒரு தீர்வு தோணுது

அடுத்தவன்: காத்திலே ஒரு தீர்வு தோணுது

இன்னொருவன்: பிரிச்சுக்கிட்டு?

வே.பா: சீட்டுக்கட்டு கோஷ்டி, கோலிக்குண்டு கோஷ்டி ஒழிகன்னு, கோஷம் போடணும். கோலிக்குண்டு கோஷ்டி, சீட்டுக்கட்டு கோஷ்டி ஒழிகன்னு கோஷம் போடணும்

சீட்டுக்கட்டு கோஷ்டி: இதுக்கு நாங்க ஒத்துக்கமாட்டோம்

கோலிக்குண்டு கோஷ்டி: இதுக்கு நாங்களும் ஒத்துக்கமாட்டோம்

ஒருவன்: இந்தப் பிரச்சனைக்கி ஏதும் தீர்வு இல்லியா?

வே.பா: இருக்கு. இருக்கு. அவசரப்படாதீங்க. பிரச்சனைன்னு இருந்தா தீர்வு இல்லாமேயா பூடும்

இன்னொருவன்: என்ன தீர்வு அது?

வே.பா: ஏதாவது ஒரு மத்யஸ்தத்துக்கு நாம உடன்படணும். மத்யஸ்தம் இல்லாமே தீர்வு எப்படி? சீட்டுக்கட்டு கோஷ்டி தங்களைத் தாங்களே வாழ்கன்னு கோஷம் போட்டுக்க வேண்டியது. அப்படியே கோலிக்குண்டு கோஷ்டியும்

ஒருவன்: பரவாயில்லே. நல்ல மத்யஸ்தம் தான் இதுன்னு எனக்குத் தோணுது

வே.பா: ஒழிகவெ வாழ்க சரிக்கட்டிடறதாலே யாருக்கும் நஷ்டமில்லை

அடுத்தவன்: விளையாடின மாதிரியும் இருக்கும்

சீட்டுக்கட்டு கோஷ்டி: *(முந்திக்கொண்டு)* கோலிக்குண்டு கோஷ்டி ஒழிக

கோலிக்குண்டு கோஷ்டி: *(இடைமறித்து)* சீட்டுக்கட்டு கோஷ்டி ஒழிக

சீட்டுக்கட்டு கோஷ்டி: சீட்டுக்கட்டு கோஷ்டி வாழ்க

கோலிக்குண்டு கோஷ்டி: கோலிக்குண்டு கோஷ்டி வாழ்க

வே.பா: *(கையை அமர்த்தி)* பாத்தீங்களா? கோஷ்டி, கோஷம் சீட்டுக்கட்டு, கோலிக்குண்டு, வாழ்க ஒழிக, ஒழிக வாழ்க. கவிதை மாதிரி இருக்கு பாத்தீங்களா?

ஒருவன்: சபாஷ், நம்ம கோஷ்டிக்கி நான் ஒரு கவிதை எழுதப் போறேன். *(விலகிப் போய் பையிலிருந்து பென்சிலும் தாளும் எடுத்து எழுதிப் பார்த்துப் பார்த்து சந்தோஷப்பட்டு கொள்கிறான்)*

இன்னொருவன்: எனக்கும் தெரியும், எங்க கோஷ்டியும் சளைச்சுடலே *(விலகிப் போய் கவிதை எழுதிப் படித்து மகிழ்ந்து கொள்கிறான்)*

ஒருவன்: விளையாட்டு ரொம்ப குஷியா இருக்கு. உற்சாகம் தருது

வே.பா: இது மட்டுமில்லை, இன்னமும் இந்த விளையாட்டே நாம் அழகா வளர்க்கலாம்

ஒருவன்: ஆமாம், ஆமாம். எத்தனை நேரம்தான் கோஷம் போடறது? ஒரு நோக்கம் வேண்டாம்?

இன்னொருவன்: ஆமாம், ஒரு நோக்கம் வேண்டியதுதான்

அடுத்தவன்: மக்களுக்கு நன்மைன்னு ஒரு நோக்கம் வைச்சுக்கிட்டா?

கவிதை எழுதுகிறவர்கள்: *(சேர்ந்து)* நம்ம லட்சியத்தை நான் கவிதையில் சேத்துக்கிறேன்

(இருவரும் எழுதுவதில் முனைகிறார்கள்)

ஒருவன்: *(முன்னதைத் தொடர்ந்து)* அருமையான நோக்கம். இதை விடப் பெரிய லட்சியம் வேறே என்ன இருக்க முடியும்?

ந. முத்துசாமி

(கவிதை எழுதியவர்கள் திரும்பி வந்து எழுதிய தாளை தங்கள் தங்கள் கோஷ்டியில் ஒவ்வொருவரிடம் கொடுக்கிறார்கள். இரண்டு தாளும் இருவரால் படிக்கப்பட்டு மேலே இருவரிடம் போகிறது. முன்னும் பின்னுமாக இரண்டு கவிதைகளையும் படித்த இருவரும் முன்னும் பின்னுமாக 'சபாஷ்' என்று படிக்க மேலே அனுப்புகிறார்கள். முன்னும் பின்னுமாக இரட்டை இரட்டை 'சபாஷ்கள்' படிக்கும் நேர இடைவெளி கொடுத்து எல்லாராலும் சொல்லப் படுகிறது)

ஒருவன்: *(கடைசியாகக் கவிதை படிப்பவர்களில் முந்தி முடித்தவன்)* சபாஷ். மக்கள் நன்மைக்காக கோலிக்குண்டு கோஷ்டி ஒழிக *(கவிதையை எழுதியவனிடம் கொடுக்கிறான்)*

இன்னொருவன்: *(கடைசியாகப் படித்து முடித்தவன் நிமிர்ந்து சபாஷ் சொல்லாமல்)* சீட்டுக்காட்டு . . . என்ன முந்திக்கறே. முந்திரிக் கொட்டை. தொலைச்சுக் கட்டிடுவோம், தொலைச்சு. ஆமாம். தெரிஞ்சுக்க. கவிதை ரத்தத்திலே சூடு ஏத்தி இருக்கு. மூச்சுக் காத்திலே அனல் பறக்குது. கண்ணுக்குள்ளே விழி தணல் துண்டா உருளுது. ஞாபகம் வைச்சுக்க. தொலைச்சுக் கட்டிடுவோம், தொலைச்சு

சீட்டுக்கட்டு கோஷ்டி: *(சேர்ந்து)* எங்க கை மட்டும் பூப்பறிக்குமோ ?

வே.பா: *(கையை அமர்த்தி)* பாத்தீங்களா, பாத்திங்களா. அவசரப்பட்டுட்டீங்க. விளையாட்டுக்கு நாம இன்னும் முறைகளைக் கண்டு பிடிக்கணும். அதுக்கு முன்னே அவசரப்படக் கூடாது

ஒருவன்: ஆமாம். அவசரப்படக்கூடாது

இன்னொருவன்: நிதானமா இருக்கணும்

மற்றொருவன்: எத்தனை நேரம்யா கோஷம் போடறது. தொண்டை வரண்டு போகுது வேறே ஏதாவது நாம ஒடனே கண்டுபிடிக்கணும்

பக்கத்தவன்: ஆமாம். கண்டுபிடிக்கணும்

அடுத்தவன்: விளையாட்டுக்கு வெற்றி தோல்வி இருக்கணும். வெற்றி தோல்வி இல்லாமே ஒரு விளையாட்டா?

மற்றவன்: தோற்றவன் வருந்தினாதான் ஜெயிச்சவன் சந்தோஷத்துக்கு அர்த்தமிருக்கும்

மற்றொருவன்: இல்லேன்னா எல்லாம் சப்புன்னு இருக்கும்

ஒருவன்: அப்போ வெற்றி தோல்வி உள்ள ஒரு கண்டுபிடிக்கணும். வெறும கோஷம் மட்டும் பத்தாது தொண்டை வரண்டு போகுது

அடுத்தவன்: தொண்டை வரண்டுதான் போகுது

பக்கத்தவன்: தண்ணி குடிச்சா என்ன? மேலே கோஷம் போட தொண்டைக்கி இதமா இருக்குமில்லியா?

அடுத்தவன்: எல்லாரும் தண்ணி குடிப்போம்

எல்லாரும்: தண்ணி . . . தண்ணி . . .

வே.பா: அப்பா *(காதைப் பொத்திக் கொண்டு)* உங்களே திருத்தறது ரொம்பக் கஷ்டம் போலேருக்கு. தண்ணி, தண்ணினா தண்ணி வந்துடுமா? தண்ணி ஒரு கோஷமா என்ன? கோஷம் போடற எடத்திலே காரியம் செய்யறேங்கறீங்க. காரியம் செய்ய வேண்டிய எடத்திலே கோஷம் போடறீங்க. தண்ணி, போய்க் கொண்டுவர வேண்டிய காரியம். யாரானும் போய்க் கொண்டாங்க. தவிச்ச வாய்க்கி தண்ணி குடுக்கறது புண்ணியம்னு சொல்வாங்க. போய்க் கொண்டாங்க. போங்க

(கோஷ்டிக்கு ஒருவராகத் தண்ணீர் எடுக்கப் போகிறார்கள்)

ஒருவன்: தண்ணி வரத்துக்குள்ளாறே நாம கோஷம் போட்டுக்கிட்டுருக்கலாம்

இன்னொருவன்: பொழுது போகும்

மற்றவன்: இது ஒரே அடியா கோஷம் போட்டுட்டுப் பின்னாடி தண்ணி குடிச்சதா இருக்கும். இந்த நேரத்திலே சும்மா இல்லாததாகவும் இருக்கும். ஏதாவது செஞ்ச சந்தோஷமும் இருக்கும்

அடுத்தவன்: வரண்ட தொண்டையோட வரண்ட தொண்டையா கோஷம் போட்டுடலாம்

ஒருவன்: வரண்ட தொண்டையிலே தண்ணி குடிச்சு ஒரேயடியா நனைச்சுக்கலாம்

பக்கத்தவன்: நனைஞ்ச தொண்டையே அப்புறம் வரட்டிக்காமே வரண்டதையே வரட்டிக்கிட்டு ஒரேயடியா

நனைச்சுக்குவோம். (எல்லோரும் வாழ்க, ஒழிக என்று கோஷம் போடுகிறார்கள். அதற்குள், சென்ற இருவரும் இரண்டு நீண்ட கழுத்து மண் கூஜாக்களில் தண்ணீரும், இரண்டு டம்ளரும் கொண்டு வருகிறார்கள்)

வே.பா: அமைதி. அமைதி. தண்ணி வந்துட்டது. எல்லாரும் தண்ணி குடிக்கலாம்

(எல்லாரும் நான் முந்தி, நீ முந்தி, என்று தண்ணீருக்குப் பறக்கிறார்கள். மேலெல்லாம் சிந்திக் கொண்டு குடிக்கிறார்கள். குடித்ததைவிட வாயிலிருந்து வழிந்து மார்பில் விழுந்து சட்டை நனைந்தது அதிகமாக இருக்கிறது. இரண்டு கோஷ்டியும் தனித்தனியே தண்ணீர் குடிக்கிறது. ஒருவன் குடித்து முடிக்கு முன் இன்னொருவன் டம்ளருக்குக் கை நீட்டுகிறான். டம்ளரை நோக்கிப் பல கைகள் நீள்கின்றன)

சீட்டுக்கட்டுக் கோஷ்டி: *(ஒவ்வொருவரும் தண்ணீர் குடித்ததும்)* அப்பாடா

கோலிக்குண்டு கோஷ்டி: *(ஒவ்வொருவரும் தண்ணீர் குடித்ததும்)* அம்மாடி

(இப்படி அப்பாடா அம்மாடி திரும்பத் திரும்பச் சொல்லப் படுகிறது)

வே.பா: என்ன சுகம், என்ன சுகம். கோஷம் போட்ட தொண்டைக்கி தண்ணீர் அமிர்தம். இல்லையா?

ஒருவன்: ஆமாமாம். இனிமே நாம வெற்றி தோல்வி உள்ள விளையாட்டை விளையாடணும். கோஷம் பத்தாது

இன்னொருவன்: சுறுசுறுப்பே தர்ர கோஷமே. சோர்வையும் தருது

வே.பா: ஒரு விளையாட்டைக் கண்டுபிடிப்போம்

ஒருவன்: என்ன விளையாட்டு?

இன்னொருவன்: வெற்றி தோல்வி உள்ள விளையாட்டு

அடுத்தவன்: இந்த மனுஷ விளையாட்டே வேண்டாம். விரோதம் வருது. ஒரு மிருக விளையாட்டு விளையாடலாம்

பக்கத்தவன்: அல்லது பறவை விளையாட்டு

மற்றவன்: காட்டு மிருகமா, வீட்டு மிருகமா?

அடுத்தவன்: காட்டுப் பறவையா, வீட்டுப் பறவையா?

ஒருவன்: சீச்சீ, காட்டுப் பறவையா, நாட்டுப் பறவையா?

இன்னொருவன்: சபாஷ், எவ்வளவு அற்புதமா விஷயங்கள் பிறக்குது பாத்தீங்களா? வேட்டை விளையாட்டு

அடுத்தவன்: மிருக விளையாட்டு வேண்டாம். அது மனுஷனைப் போல் தரையிலே நடக்கிற காரியம். பறவை விளையாட்டு. அதுதான் ஆகாசத்திலே பறக்கற காரியம்

வே.பா: எனக்கொரு யோசனை தோணுது

எல்லோரும்: *(அவனைக் குவிந்து கொண்டு)* என்ன? என்ன?

வே.பா: காக்கா கூஜாவிலே கூழாங்கல் போட்ட கதை தெரியுமா?

ஒருவன்: தட்டுலே நரியும் கொக்கும் பாயசம் குடிச்சது தெரியும்

இன்னொருவன்: 'சீச்சீ, இந்தப் பழம் புளிக்கும்' கதை தெரியும்

மற்றவன்: கதை கொக்கு, நரி தொண்டையிலே எலும்பு எடுத்த கதை தெரியும்

அடுத்தவன்: மூக்கிலே வடை உள்ள காக்கா நரிக்காக சங்கீதம் பாடின கதை தெரியும்

வே.பா: யாருக்கும் காக்கா கூஜாவிலே கூழாங்கல் போட்ட கதை தெரியாது?

எல்லாரும்: தெரியும், தெரியும்

வே.பா: அதுதான் நம்ம விளையாட்டு

எல்லாரும்: எப்படி? எப்படி?

வே.பா: கூஜாவிலே இன்னும் தண்ணி இருக்கா? ரெண்டு கூஜாவிலேயும் இருக்கா?

எல்லாரும்: இருக்கு, இருக்கு

(கூஜாவைக் குனிந்து பார்க்க முயற்சிக்கிறார்கள்)

வே.பா: எல்லாரும் கூழாங்கல்லை எடுத்துக்க வேண்டியது. ஒவ்வொரு கல்லா கூஜாவிலே போட வேண்டியது. எந்தக் கூஜாவிலே முதல்லே தண்ணி மேலே வருதோ அவங்களுக்கு வெற்றி

ந. முத்துசாமி

ஒருவன்: சபாஷ்...சபாஷ்...வெற்றி தோல்வி உள்ள விளையாட்டு

(இரண்டு கோஷ்டியினரும் இரண்டு கூஜாக்களையும் எடுத்துக் கொள்கின்றனர். சிலர் கூழாங்கல் பொறுக்க ஓடுகிறார்கள். கூழாங்கல்லோடு திரும்புகிறார்கள். மொத்தக் கற்களையும் வேடிக்கை பார்ப்பவன் வேஷ்டியில் வாங்கிக்கொள்கிறான். ஆளுக்கொரு கல்லாகக் கொடுத்துவிட்டு மிச்சத்தைத் தான் வைத்துக்கொண்டு ஒரு கல்லை நாற்காலிக்காரர் கையில் கொடுக்கிறான்)

நாற்காலிக்காரர்: இந்த வம்புலே என்னை ஏன் இழுக்கறே?

வே.பா: ஒனக்கும் கடமை இருக்கு

எல்லாரும்: அவனுக்கும் கடமை இருக்கு

சீட்டுக்கட்டுக் கோஷ்டி கூஜாக்காரன்: *(கூஜாவைத் தலைக்கு மேல்தூக்கிப் பிடித்துக்கொண்டு)* என் கூஜாவிலே பால்

(மேடையில் சுற்றுகிறான். அவன் கோஷ்டியின் மற்ற எட்டுப் பேரும். இடுப்பு ஆடையைப் பின்னால் பிடித்துக் கொண்டு ஒருவர் பின் ஒருவராக அவன் போன பாதையில் திரும்பித் திரும்பி வந்து 'என் கூஜாவிலே பால்' என்கிறார்கள்)

கோலிக்குண்டு கோஷ்டி கூஜாக்காரன்: என் கூஜாவிலே தேன் *(மேற்கண்டபடி)*

சீ.கோ.கூஜாக்காரன்: என்னுதில் இளநீர்

சீ.கோ.மற்றவர்கள்: என்னுதில் இளநீர்

கோ.கோ.கூஜாக்காரன்: என்னுதில் பதநீர்

கோ.கோ. மற்றவர்கள்: என்னுதில் பதநீர்

சீ.கோ.கூஜாக்காரன்: எங்களிடம் கள்

சீ. கோ. மற்றவர்கள்: எங்களிடம் கள்

கோ.கோ.கூஜாக்காரன்: எங்களிடம் சாராயம்

கோ.கோ. மற்றவர்கள்: எங்களிடம் சாராயம்

(இரண்டு கோஷ்டியும் ஒன்றுடன் ஒன்று மோதிக் கொள்ளாமல் மேற்படி கோஷத்துடன் பலவித கோலங்களில் மேடையில் வளைய வளைய வருகிறார்கள்)

வே.பா: போதும். போதும். திக்கெட்டும் சென்று வெற்றி முரசம் கொட்டுங்கள்

(இரண்டு அணியும் அப்படியே நிற்கின்றன)

ஒருவன்: திக்கெட்டும் சென்று வெற்றிச் சங்கு ஊதுவோம்

வே.பா: சங்குவேண்டாம். முரசு போதும். சவச் சங்குக்கும் வெற்றிச் சங்குக்கும் எனக்கு வித்யாசம் தெரியலே. முரசு போதும், முரசு போதும்

கோலிக்குண்டு கோஷ்டி கூஜாக்காரன்: *(திரும்பி, தன் அணியில் ஒருவனைப் பிடித்து)* நீ தெற்கே

சீட்டுக்கட்டு கோஷ்டி கூஜாக்காரன்: *(தன்அணியில்ஒருவனை)* நீ வடக்கே

கோ.கோ.கூஜாக்காரன்: நீ கிழக்கே

சீ.கோ.கூஜாக்காரன்: நீ மேற்கே

கோ.கோ.கூஜாக்காரன்: நீ தெற்கே

சீ.கோ.கூஜாக்காரன்: நீ வடக்கே

கோ.கோ. கூஜாக்காரன்: நீ கிழக்கே

சீ.கோ.கூஜாக்காரன்: நீ மேற்கே

கோ.கோ.கூஜாக்காரன்: நீ வடகிழக்கே

சீ.கோ.கூஜாக்காரன்: நீ தென்மேற்கே

கோ.கோ. கூஜாக்காரன்: நீ தென்கிழக்கே

சீ.கோ.கூஜாக்காரன்: நீ வடமேற்கே

கோ.கோ.கூஜாக்காரன்: நீ வடகிழக்கே

சீ.கோ.கூஜாக்காரன்: நீ தென்மேற்கே

கோ.கோ.கூஜாக்காரன்: நீ தென்கிழக்கே

சீ.கோ.கூஜாக்காரன்: நீ வடமேற்கே

(மேடையில் ஒவ்வொருவரும் எட்டுத் திசையிலும் சென்று எதிரும் புதிருமாக நின்று கையை உயர்த்திக் கோஷம் போடுகிறார்கள். இரண்டு கூஜாக்காரர்களும் மேடை நடுவில்)

தெற்கு கோலி: என் கூஜாவில் பால்

தெற்கு சீட்டு: என் கூஜாவில் தேன்

தென்மேற்கு கோலி: என் கூஜாவில் கள்

தென்மேற்கு சீட்டு: என் கூஜாவில் பிராந்தி

மேற்கு கோலி: என் கூஜாவில் டீ

மேற்கு சீட்டு: என் கூஜாவில் காபி

வடமேற்கு கோலி: என் கூஜாவில் இளநீர்

வடமேற்கு சீட்டு: என் கூஜாவில் பதநீர்

வடக்கு கோலி: அவன் கூஜாவில் நீராகாரம்

வடக்கு சீட்டு: அவன் கூஜாவில் கஞ்சி

வடகிழக்கு கோலி: அவன் கூஜாவில் விஷம்

வடகிழக்கு சீட்டு: அவன் கூஜாவில் ஆலகாலம்

கிழக்கு கோலி: அவன் கூஜாவில் மூத்திரம்

கிழக்கு சீட்டு: அவன் கூஜாவில் சாண்டை

தென்கிழக்கு கோலி: அவன் கூஜாவில் சாணித் தண்ணி

தென்கிழக்கு சீட்டு: அவன் கூஜாவில் பீக்கரைசல்

சீட்டுக்கட்டு கூஜாக்காரன்: எங்கள் கூஜாவிலேயே உங்கள் கற்களைப் போடுங்கள், உங்களுக்கு இந்த தேவ அமிர்தத்தை

நாங்கள் பரிமாறப்போகறோம், அவன் கூஜாவில் மிஞ்சியிருப்பது ஆலகால விஷம்

(சீட்டுக் கட்டை வைத்துக் கொண்டிருக்கும் ஒருவன், எடுத்துக் கலைத்து விரல்களில் பிரித்து ஒவ்வொன்றாகக் கோலிக்குண்டு கோஷ்டிக்காரர்களிடம் கொடுக்கப்பார்க்கிறான். கோலிக்குண்டு கோஷ்டிக்காரர்கள் முறைத்து உம் என்று நிற்கிறார்கள், ஊமை நாடக பாணியில் எல்லாம் நடக்கிறது)

கோலிக்குண்டு கூஜாக்காரன்: இல்லை. அவன் சொல்வது எல்லாம் பொய். எங்கள் கூஜாவில் அமிர்தம். திருப்பாற் கடல் கடைந்த நஞ்சை நாங்கள் சாப்பிட்டு எங்கள் நெஞ்சில் தேக்கிக்கொண்டோம். அதனால் தான் எங்கள் தொண்டை கட்டிக்கொண்டிருக்கிறது. உங்களுக்காகத் தூய அமிர்தத்தை இந்தக் கூஜாவில் பிடித்துக்கொண்டு வந்திருக்கிறோம். நாங்கள் சாப்பிட்டதுபோக மிஞ்சிய நஞ்சை அவன் தன் கூஜாவில் பிடித்துக்கொண்டு அதை உங்களுக்குக் கொண்டு வந்திருக்கிறான். இதைக் கண்டு நீங்கள் ஏமாந்து விடாதீர்கள். உங்களை அந்த விஷம் கொன்று விடும். ஆகவே. எங்கள் கூஜாவில் உங்கள் கற்களைப் போடுங்கள். மிதந்து வரும் அமிர்தத்தை உங்களுக்கு நாங்கள் பரிமாறுவோம். பிறகு ஆளுக்கு ஒரு கூழாங்கல்லும் கொடுக்கிறோம். அதில் ஒட்டிக் கொண்டிருக்கும் அமிர்தத்தையும் நீங்கள் சப்பலாம்

வே.பா: போதும் . . . . போதும் . . . . இனிமேல் நாம் காரியத்தில் இறங்கலாம். எல்லாரும் கற்களை அவரவர் விரும்பும் கூஜாவில் போடுங்கள். எங்கே . . . ஒன் . . . டூ . . . த்ரீ . . .

(எல்லாரும் முண்டியடித்துக்கொண்டு ஓடி வந்து கூஜாவில் கற்களைப்போடுகிறார்கள். பிறகு தனி கோஷ்டிகளாகப் பிரிந்து நிற்கிறார்கள். வேடிக்கை பார்ப்பவன் தன் வேஷ்டிக் கற்களை மாற்றி மாற்றி இரண்டு கூஜாக்களிலும் போடுகிறான். அவன் மடிக் கற்கள் எல்லாம் தீர்ந்து விடுகின்றன)

வே.பா: எல்லா கல்லும் போட்டுத் தீர்ந்தது. தண்ணி எவ்வளவு தூரம் வந்திருக்கு? *(இரண்டு கூஜாவையும் குனிந்து குனிந்து பார்க்கிறான். எல்லாரும் குழுமிக் குனிந்து தங்கள் கோஷ்டி கூஜாக்களைப் பார்க்கிறார்கள்)*

எல்லாரும்: *(குனிந்தபடியே)* இன்னும் ஒரே ஒரு கல், மேலே வந்துடும். மேலே வந்துடும். இன்னும் ஒரே ஒரு கல்.

(அமைதி. நிமிர்ந்து வேடிக்கை பார்ப்பவனைப் பார்க்கிறார்கள்)

வே.பா: அந்த ஒரே ஒரு கல்லிலே தான் தீர்ப்பே அடங்கிக் கிடக்கு. நம்ம பட்ட கஷ்டத்துக்கெல்லாம் முடிவு அதாலே தான் தெரியப் போவுது. நாற்காலிக்காரரே, அந்தக் கல் ஒங்களுக்கு. நீங்க யாருக்கு வேண்டுமோ அவங்க கூஜாவிலே ஒங்க கல்லைப் போடுங்க)

நாற்காலிக்காரர்: இந்த வம்பிலே என்னை ஏன் இழுக்குறீங்க?

வே.பா: இது வம்பு இல்லே

ஒருவன்: இது வம்பு இல்லே *(இருந்த இடத்திலேயே அவரை நோக்கி மண்டியிடுகிறான்)*

இன்னொருவன்: இது வம்பு இல்லே *(மண்டி)*

அடுத்தவன்: இது வம்பு இல்லே *(மண்டி)*

எல்லாரும்: இது வம்பு இல்லே, இது வம்பு இல்லே *(தங்கள் இடத்தில் மண்டியிடுகிறார்கள். சீட்டுக் கட்டு வைத்திருப்பவன் எழுந்து போய் நாற்காலிக்காரர் காலடியில் ஒவ்வொரு சீட்டாய் சீட்டு பாணியில் போடுகிறான்)*

வே.பா: இது வம்பு இல்லே. ஒங்க கடமை. ஒவ்வொரு பிரஜையின் கடமை இது. ஒங்க கல்லிலே தான் தீர்ப்பே இருக்குங்கற போது நீங்க உங்க பொறுப்பை உணரணும். விலகி இருக்கக் கூடாது

நாற்காலிக்காரர்: இல்லே ... இது வம்பிலேதான் கொண்டுவிடும். என்னே விட்டுடுங்க. நான் சிவனேன்னு இருக்கேன்

வே.பா: நீங்க அப்படி சொல்லக்கூடாது. ஒவ்வொரு பிரஜையும் தன் கடமையை உணரணும்

நாற்காலிக்காரர்: எனக்கு உரிமையும் வேண்டாம். கடமையும் வேண்டாம். என்னை விட்டுடுங்க. நான் சிவனேன்னு இருக்கேன். நரி வலம் போனாத் தேவலையா, இடம் போனாத் தேவலையா? மேலே விழுந்து புடுங்காமே போனாத் தேவலை. என்னே விட்டுடுங்க

வே.பா: பயம் இவரே விட்டுப் போகமாட்டேங்குது. நீங்க எல்லாரும் இவருக்கு வாக்குறுதி கொடுக்கணும். பாதுகாப்பு கொடுக்கணும்

எல்லாரும்: *(ஒவ்வொருவராய் எழுந்து கொண்டு)* நாற்காலிக்காரர் வாழ்க

ஒருவன்: கடவுள் சத்தியமா அவருக்கு முழுப் பாதுகாப்பு

இன்னொருவன்: எங்களுக்கு உள்ள உரிமையெல்லாம் அவருக்கும் உண்டு

அடுத்தவன்: எங்களைப் போல அவரும் தன் கடமையை செய்யணும்

பக்கத்தவன்: நாற்காலிக்காரர் வாழ்க

மற்றவன்: அவர் தன் பயத்தை விடணும்

இன்னொருவன்: அவரும் எங்களிலே ஒருத்தரா முன்னுக்கு வந்து கடமையே செய்யணும்

அடுத்தவன்: அவர் மரியாதைக்குரியவர். அவராலேதான் இந்த விளையாட்டின் முடிவே இருக்கு

வே.பா: அந்தக் கல்தான் இவங்க விதியையே நிர்ணயிக்கப் போகுது

நாற்காலிக்காரர்: இதைப் போட்டால் ... இன்னும் பொருத்தமா இந்தக் கல் என் விதியையும்தான் நிர்ணயிக்கப் போகுது

ஒருவன்: இல்லே ... இல்லே. அது இந்த விளையாட்டின் விதி, எல்லாம் விதிப்படி நடக்கணும். நீங்களும் கல் போடணுங்கறது விளையாட்டின் விதி. அதை நீங்க நிறை வேற்றணும்

வே.பா: ரொம்பப் பிசுகிக்காதீங்க. அவங்க ஒங்களை மதிக்கறாங்க. அந்த மதிப்புக்கு மரியாதை கொடுங்க. தோல்வி மனப்பான்மை ஆபத்து. எழுந்து வந்து கல்லைப்போடுங்க. தீர்ப்பு உங்க கையிலே

நாற்காலிக்காரர்: இல்லே . . . இல்லே . . . நான் சிவனேன்னு இருக்கேன்

வே.பா: அது எப்படி ? நீங்க கல்லைப் போட்டுத்தான் தீரணும். ஏன் ? அது நீதிதேவன் தீர்ப்பாவே இருக்கட்டுமே. நீங்க ஒரு கருவி, அவ்வளவுதான். எழுந்து வந்து கல்லைப்போடுங்க

(அவன் கையைப் பிடித்து இழுத்துக் கொண்டு வருகிறான்)

சீ. கோஷ்டி: எங்க கூஜாவிலே . . . . . .

கோ. கோஷ்டி: எங்க கூஜாவிலே . . ..

நாற்காலிக்காரர்: சிவனேன்னு இருக்க விட மாட்டேங்கறேங்க . . . சரி . . . உங்க வாக்கெ காப்பாத்துவீங்களா ?

எல்லாரும்: காப்பாத்துவோம் . . . காப்பாத்துவோம்

நாற்காலிக்காரர்: அப்போ எனக்கு யோசிக்க கொஞ்சம் நேரங்கொடுங்க

ஒருவன்: வேண்டியமட்டும் எடுத்துக்கோங்க

அடுத்தவன்: ஆர அமர யோசியுங்க

நாற்காலிக்காரர்: என் மனசாட்சிக்கி விரோதமில்லாமே நடந்துக்கிட்டா கோவிச்சிக்க மாட்டீங்களே

வே.பா: கோவிச்சுக்க மாட்டாங்க

நாற்காலிக்காரர்: ஒங்களேபோல எனக்கும் விருப்பு வெறுப்பு இருக்குங்கறதே நீங்க மறந்துடக் கூடாது

எல்லாரும்: மறக்கலே ... மறக்கலே

நாற்காலிக்காரர்: அப்பறம் கோபம் வரக்கூடாது

ஒருவன்: கோபம் வராது

இன்னொருவன்: கோபம் வரவே வராது

அடுத்தவன்: வெற்றி தோல்வியே ஏத்துக்கிறதுதான் ஒரு விளையாட்டு வீரனுக்கு லட்சணம்

நாற்காலிக்காரர்: அப்போ ... சீட்டுக்கட்டு கோஷ்டியே எனக்குப் பிடிக்காது. அது நம்ம தேசத்து மரபு இல்லே. நம்ம தேசத்து விளையாட்டுல்லே அது. அது மனிதனை அடிமையா ஆக்கிடுது. சூதாடியா ஆக்கிடுது. கோலிகுண்டு நம்ம ஆட்டம். நம்ம தேசத்துது. கல் தோன்றின காலத்திலேயே அந்த ஆட்டமும் தோன்றி இருக்கணும். விரலை உபயோகப்படுத்தத் தெரிஞ்சதும் மனுஷன் அதை விளையாடி இருக்கணும். அதனாலே நம்ம தேசத்து விளையாட்டான கோலிக்குண்டு கோஷ்டிக்கித்தான் என் கல்

(கல்லை கோலிக்குண்டு கோஷ்டி கூஜாவில் போடுகிறார்)

வே.பா: *சபாஷ் வெற்றி. வெற்றி. கோலிக்குண்டு கோஷ்டிக்கு வெற்றி*

கோ. கோஷ்டிக்காரர்கள்: கோலிக்குண்டு வாழ்க . . . கோலிக் குண்டுக்கு வெற்றி. சீட்டுக் கட்டுக்கு தோல்வி

கோ. கோஷ்டியில் ஒரு பகுதி: தோத்தான் தோத்தான் தோல் புடுங்கி

கோ. கோஷ்டியில் இன்னொரு பகுதி: தொண்ணூறுமாட்டுக்கு மயிர் புடுங்கி

(கூஜாவைத் தூக்கிக்கொண்டு ஊர்வலமாய்ப் போய்விடு கிறார்கள். சீட்டுக்கட்டு கோஷ்டி சோர்ந்து உட்கார்ந்து விடுகிறது)

வே.பா: *சோர்ந்துடாதீங்க. அடுத்த காரியத்தே பாருங்க. சோர்ந்து போனா வெற்றி இல்லாமேயே பூடும். அடுத்த ஆட்டத்திலே நீங்க ஜெயிக்கணும்*

(சீட்டுக்கட்டு கோஷ்டி கூஜாக்காரன் எழுந்து கூஜாவை கோபத்தோடு கீழே போட்டு உடைக்கிறான். கோலிக்குண்டு ஒழிக என்று மற்றவர்கள் கூச்சலிடுகிறார்கள். எல்லோரும் மேடையில் அங்கும் இங்கும் ஓடி ஆடி உதைக்கிறார்கள்)

வே.பா: பெத்தேன் பிழைத்தேன். செத்தேன் பிழைத்தேன். விளையாட்டு வினையா போச்சு. விளையாட்டு வினையா போச்சு. *(ஓடிவிடுகிறான். நாற்காலிக்காரர் பிரமித்து நிற்கிறார். ஆபத்தை உணர்ந்து ஓடப்பார்க்கிறார்)*

நாற்காலிக்காரர்

ஒருவன்: விடாதே . . . விடாதே *(நாற்காலிக்காரர் ஓடுகிறார்)*

இன்னொருவன்: விடாதே பிடி . . . விடாதே பிடி

மற்றொருவன்: நமக்குத் தோல்வி இவராலே. விடாதே பிடி . . . விடாதே பிடி

(ஓடியவரை இழுத்துக்கொண்டு வருகிறார்கள்)

ஒருவன்: வச்சு அமுத்துங்க

இன்னொருவன்: சூதாட்டம் நம்ம மரபுன்னு குத்து

மற்றொருவன்: பொண்டாட்டி கூடப் பந்தயம் வைக்கலாம்னு குத்து

அடுத்தவன்: நம்ம மரபுலே இல்லாததே இல்லேன்னு குத்து

(எல்லாரும் அவன்மேல் விழுந்து அமுத்துகிறார்கள்)

நாற்காலிக்காரர்: *(மனிதக் கூட்டத்துக்கு அடியில் கிடந்து ஒடுங்கிய குரலில்)* என்னைக் காப்பாத்துங்க . . . என்னைக் காப்பாத்துங்க

[விளக்கு அணைகிறது]

சில வார்த்தைகள் . . .

நாடகம் என்பது நிகழ்த்திக் காட்டுவது. எதை, ஏன், என்ற கேள்விகளுக்கு எப்படி பதில் சொல்லப்படுகிறது என்பதைப் பொறுத்து நாடகம் பலவிதமாகி விடுகிறது. எழுத்துக் கலைஞனுக்கு நாடகம் என்பது சொல்லை நிகழ்த்திக் காட்டுவது. இது ஒரு கதையை மேடையில் நடித்துக் காட்டுவது என்பதிலிருந்து வேறுபட்டது. இந்த வேறுபாடு நடிப்பது என்பதிலிருந்தே தொடங்கிவிடுகிறது. நடிப்பது என்பதில் தொனிக்கும் மிகையே இந்த வேறுபாட்டைத் தோற்றுவிக்கிறது. நிகழ்த்திக் காட்டுவது என்பது அடிப்படை. இந்த நிகழ்த்திக் காட்டல் என்பதில் நிகழ்ச்சி, கருத்து என்பவை

தொனித்துக் கொண்டிருக்கின்றன. இந்த நிகழ்த்திக் காட்டல், நடிப்பு என்பவற்றின் தொனிகளை இணங்கச் செய்தலில் புதிய காட்சிப் படிமம் உருக்கொள்கிறது. நிகழ்த்திக் காட்டல் என்ற அடிப்படையை எதைக் கொண்டு அர்த்தப்படுத்துகிறீர்கள் என்பதைக் கொண்டு நாடகம் வெவ்வேறு விதமாகிவிடுகிறது. இவை கதைக்குக் கதையுள்ள வேறுபாடுகளில்லை. இவை அடிப்படையான வெளியீட்டுச் சாதனங்களின் வேறுபாடுகள். எழுத்துக் கலைஞனாக இருப்பவன் சொல்லைக் கொண்டு நாடகத்தை அர்த்தப்படுத்தப் பார்க்கிறான். இதனால் சொல்தான் நாடகம் என்றாகி விடாது. சொல் ஒரு வெளியீட்டுச் சாதனமாக இங்கு இருக்கிறது; அவ்வளவு தான், இந்த நாடகத்தில் படைப்பாளியாக இருப்பவன் அடிப்படையில் எழுத்துக் கலை ஞனானதால் நாடகம் சொல்லாலாகி இருக்கிறது. இதனால் சொல் இன்றி நாடகம் இல்லை என்றாகிவிடுமா? நாடக இயக்குனநே அடிப்படையான படைப்பாளியாக இருப்பானானால் –அவன் எழுதப்பட்டதைக் கொண்டு அதை மேடையில் நிகழ்த்தித்தான் தன் படைப்பாற்றலைக் காட்டவேண்டிய நிலையில் இல்லாமல் இருப்பானானால் – அவன் நாடகம் முற்றிலும் சொல்லின்றி இருக்கமுடியும்; இருக்கவும் இருக்கிறது. மேலும் அவன் உச்சரிக்கப்படும் சொல்லை விலக்கி விட்டானானாலும் உச்சரிக்கப்படாத அபிநயங்களில் சிக்கிச் சொல்லைச் சார்ந்தவனாகவும் இருக்கக் கூடும். சொல்லிலிருந்து அறவே விடுதலை அடைந்தவன் அடிப்படையில் படைப்பாளியாக இருப்பானானால் கை, கால் முதலிய அவயவங்களின் இருப்பைக் கொண்டு தான், மனித அவயவங்களின் வணங்கிவரும் இயல்பைக்

கொண்டு தான் நாட்டியமே, நாடகமே உருவாக்கப்பட்டிருக்கிறது என்பதை உணர்ந்து, அவற்றையே முதன்மையான மூலமாகக் கொண்டு முற்றிலும் பார்வைப் படிமங்களால் நிகழ்த்திக் காட்டி விடுவான். இங்கும் எதை, ஏன், என்பதைக் கொண்டு அநேக விதங்களாக அது உருக் கொண்டு ஒரேவிதச் சலிப்பூட்டலிலிருந்து விடுபட்டு அறிமுகமில்லாத புது அழகுகளுடன், வெளியீடுகளுடன் இருக்கக்கூடும். இதற்கு முடிவில்லாத மாற்றங்கள் இருந்து கொண்டே இருக்கின்றன. அத்தனைவிதப் பொலிவுகளும் அதனுடன் இருந்து கொண்டிருக்கின்றன. இங்கு எல்லாம் படைப்பாளியால் சொந்தமாக உணர்ந்து கண்டுபிடிக்கப் பட்டவை. இவை ஏற்கனவே இருக்கும் அம்சங்களின் வேறு வகைச் சேர்க்கையில்லை; இவை இவனாகக் கண்ட புதுக் கோலங்கள். இவற்றில் மிகப் பழமையாக இருப்பவை மனித அவயவங்களும் மேடையிடமும்.

நான் சொல்லைச் சார்ந்திருக்கிறவன். எனக்கு எழுதிக் காட்டத்தான் தெரிகிறது. எனவே இந்த எல்லைக்குள் தான் நான் செயல்பட்டாக வேண்டியிருக்கிறது. நேரே மேடைக்குப்போய் என் மனதில் தோன்றுகிற நடிப்பின் படிமங்களைச் சிதைவில்லாத முழு வெளியீடுகளாக்க என்னால் முடியவில்லை. அதற்கான திறமையும், மன அமைப்பும் எனக்கில்லை; பயிற்சியும் இல்லை. கடுமையாக முயன்றாலும், என மனதில் நடிகரின் அவயவங்கள் இயங்கி ஏற்படுத்தும்.கோலங்களையும் உணர்வுகளையும் என்னால் ஏற்படுதல் காட்ட முடியாது. இந்நிலையில் எழுதி என் மனதில் தோன்றுகிறவைகளை அபிநயித்துக் காட்டி வெளிப்படுத்தப் பார்க்க சிரமங்களே என் சொற்கள். அவற்றை மேடையில்

கோலங்களாக மாற்றிவிட இயலும். குறைந்தபட்சம் அவை மேடையில் கோலங்களாக மாறிவிடக் கூடிய கூறுகளைத் தன்னகத்தே கொண்டிருக்கின்றன என்றாவது நான் அவற்றைக் கோலங்களாக மாற்றிக் காட்ட முடியாத நிலையில் சொல்லிக் கொள்ளலாம்.

எழுத்துக் கலைஞனாக இருப்பவன் நாடகத்தில் சொல் என்ற நிலைக்கு வந்த பிறகு அவனுடைய முழு முயற்சியில் சொல்லின் உன்னத நிலைக்குப் போகத்தான் அவனுக்குத் தோன்றும். சொல்லின் உன்னத நிலை கவிதை. இது கவிதை என்னும் ஒரு இலக்கிய உருவமில்லை. சொல்லின் சேர்க்கைகளால் தோன்றும் அர்த்தத்தை மீறி வரும் ஒரு அனுபவம். சொல்லின் ஸ்தூல அர்த்தத்தைத் தாண்டியிருப்பது இது. ஆன்மிக அனுபவம் எப்போதும் சொல்லுக்கு அப்பால் இருப்பதைப்போல இருப்பது இதுவும். மேலும், சொல்லின் இன்னொரு அம்சமான சப்தத்தையும் வயக்கிக் கொள்ளப் பார்ப்பான் இவன்.

நேரே மேடைக்குப்போய் என் மன நிலையை நடிகரின் உடலில் ஏற்படுத்திக் காட்ட என்னால் முடிந்தால் நான் சொல்லை அறவே ஒதுக்கிவிடுவேன். அது முடியாத நிலையில் எனக்குத் தெரிந்த எழுத்தைக் கைக்கொண்டதே என் நாடகங்கள். எழுத்தை முழு மூலமாகக் கொண்டு மேடையைப் பற்றி இரண்டாம்பட்ச அக்கறையுடன் இலக்கியத்தைப் படைக்கிற நோக்கம் எனக்கில்லை. சொல்லற்ற நாடகம் என்று நாடகத்தைப்பற்றிய என் கருத்து, இலக்கியத்தைப் படைக்கிற சொல்லைக் கொண்டு எழுதி அதை ஒரு இலக்கியமாக்க வேண்டும் என்ற நோக்கமின்றி

இருப்பது, அதே நேரத்தில் சொல்லின் உன்னத நிலையைப் பிடிப்பது ஆகிய முரண்பாடுகளை ஒன்றாய் இயங்க வைக்க வேண்டும் என்று எதிர்பார்ப்பது என் நாடகம், எழுதப்பட்டு யுகம் யுகமாகப் படிக்கப்பட வேண்டும் நாடகம் என்ற அபிப்ராயம் எனக்கில்லை. அது எப்போதும் நிகழ்காலத்தைச் சார்ந்திருக்க வேண்டும். உயிருடன் பார்த்துக் கொண்டிருக்கிறவருக்கு படைப்புக் கலைஞன் மேடை என்று சொல்லப்படுகிற ஒன்றில் நாடகம் என்று தான் உணர்ந்த ஒன்றை நிகழ்த்தி முற்றிலும் புதிய அனுபவத்தில் அவர்கள் பிரக்ஞையில் இதுவரையில்லாததை ஏற்படுத்தி விடுகிறதாகவே நாடகம் இருக்க வேண்டும் என்றே நான் விரும்புகிறேன். இவை நாடகத்தைப் பற்றிய என்றே நான் விரும்புகிறேன். இவை நாடகத்தைப் பற்றிய என் கருத்துக்கள். என் நினைப்பு ஒரு விதமாகவும் என் செயல் வேறு விதமாகவும் இருப்பவற்றுக்குள் ஒரு ஒற்றுமையைக் காணப்பார்க்கிற விதமாகத்தான் என் நாடகங்கள் எழுதப்பட்டிருக்கின்றன: என் மன அளவில். என் மனத்திற்குத் தெரிகிறது, என்னுடைய கருத்து முழு அளவில் எழுதிக் காட்டப்பட வில்லையென்று. முயன்று பார்த்த தோல்விகளே என் நாடகங்கள். ஆனால் எழுதிக் காட்டப்பட்ட அளவில் அவை நாடகங் களாகத் தோல்வி அடையவில்லை. இந்த அளவுக்கு அவை மேடையிலும் வெற்றிபெறும். ஆனால் நான் நாடகம் என்று எழுதுவது என்னுடைய மேற்சொன்ன கருத்தை முன்வைத்துத்தான். இப்படிப்பட்ட கருத்துள்ளவர்களில் தமிழில் முத லானவனாக நான் இருப்பதால் என் நாடகங்கள் தமிழில் முதன்மையானவைகளாகி விட்டன.

○

எனக்குச் சொந்த ஊர் புஞ்சை. தஞ்சாவூர் ஜில்லாவில் காவிரிப்பூம்பட்டினத்திற்கு அருகில் காவிரிக்கரையில் இருக்கிறது இக்கிராமம். – கிராமத்தோடு எனக்குள்ள உறவு அன்பும் வெறுப்பும் கலந்தது. மனிதனாக வளர்ந்து கிராமத்தைவிட்டு நகரத்தில் வேலைக்கு வந்த பிறகும் அக்கிராமத்தில் முளைத்த ஒரு தாவரமாக என்னை உணர்கிறேன். இது சுதந்தரமான வாழ்க்கையில் முரணைத் தோற்றுவிக்கிறது. இதனால் கிராமத்தின் மீது வெறுப்பு தோன்றுகிறது. கிராமம் என்னைப் பீடித்துக் கொண்டிருப்பதாக உணர்கிறேன். அதிலிருந்து விடுதலை பெறுகிற காரியமாகவே என்னுடைய எழுத்து எனக்குத் தோன்றுகிறது.

என்னுடைய ஏழாவது வயதில் என்னுடைய தந்தை இளம் வயதில் இறந்துவிட்டார். அவர் பள்ளிக்கூட ஆசிரியர். அவர்மேல் அசிரியர் மேல் கொள்ளும் அபிமானத்தை கிராமம் கொண்டிருந்தது. அந்தத் தலைமுறை இன்னமும் பழைய நினைவோடு மாணாக்கர்களாக இருந்து கொண்டிருக்கிறது. அவர் விவசாயத்தில் நிபுணர், விவசாயிகள் விவசாய நிபுணரிடம் கொள்ளும் மரியாதையும் இருந்தது இவரிடம், பள்ளிக்கூடம் அவருடைய மேனேஜ்மெண்டில் இருந்தது. பள்ளிக்கூடத்தையும் கவனித்துக்கொண்டு விவசாயத்தையும் கவனிக்க முடியவில்லை என்று பள்ளிக்கூடத்தை விட்டு விட்டு முழுநேரமாக விவசாயத்தில் ஈடுபட்ட சில ஆண்டுகளில் இறந்து விட்டார். பள்ளிக்கூட ஆசிரியராக சிறந்த விவசாயியாகவும் இரட்டிப்புச் செல்வாக்கு அவருக்கு. எல்லோரிடமும் அன்பும் கொண்டிருந்தவர் என்று இப்போதும் கிராமத்தில் அவரை

நினைவுபடுத்திக் கொள்பவர்கள் இருப்பதால் தோன்றுகிறது. ஏழு வயதிலிருந்து தந்தை என்னுடைய மனதில் விஸ்வரூபம் கொள்ளும்படி கிராமம் ஒவ்வொரு சந்தர்ப்பங்களிலும் செய்து கொண்டிருந்தது. எனக்குத் தோன்றுகிறது, இதனால் புஞ்சை என்னை ஏழுவயது மகனாகவே தங்க வைத்து விட்டிருக்கிறது என்று. தந்தையை மகனின் தலைமேல் ஏற்றி உட்கார்த்தி வைக்கிற காரியத்தைத் தன்னை அறியாமலே செய்து கொண்டிருந்தது புஞ்சை. இப்போதும் அதைப் பெருமையோடு செய்கிறவர்கள் இருக்கிறார்கள் புஞ்சையில்.

இவ்வளவு திறமையுள்ள தந்தை திரும்பி வருவார் என்பதான ஒரு எண்ணமும் என் மனதில் கிராமத்தால் தோற்றுவிக்கப்பட்டிருக்கிறது. இதனால் இன்னும் நான் தந்தையைத் தேடிக் கொண்டிருப்பதாகவே எனக்குத் தோன்றுகிறது. நடைபெற முடியாதவை நடக்கும் என எனக்கு ஒரு க்ஷண நம்பிக்கை தோன்றுகிறபோது அது தந்தையைத் தேடுகிற காரியமாக நினைக்கிறேன்.

இந்தத் தகவல்களால் ‘அப்பாவும் பிள்ளையும்’ நாடகம் கூடுதல் அர்த்தத்தோடு புரியும் என்று நினைக்கிறேன்.

இதில் ‘நாற்காலிகாரர்’ ஒரு அரசியல் நாடகம், அரசியல் ஒரு விளையாட்டுப் போலாகி சுவராஸ்யத்திற்குத் தேவையான சிக்கல்களுடன் இருந்து கொண்டிருக்கிறது. நமது அரசியல்வாதிகள் தீர்வுகளுக்குச் சிக்கல்களைத் தோற்றுவிக்கிறார்கள், வாதத்திற்கு விஷயம் தேவைப்படுகிறது.

'காலம் காலமாக' ஒரு தலைமுறைப் பிரச்சனை, தலைமுறை இடைவெளியைப் பற்றித் தமிழ் எழுத்தாளர்கள் பேசி கொண்டிருந்த நாளில் அது எழுதப்பட்டது, இளம் தலைமுறை எழுத்தாளர்கள் மாறுபடுகிறார்கள் என்றபோது முந்தைய தலைமுறைக்காரர்களாகத் தங்களைப் பாவித்துக் கொண்டவர்கள் குற்றம் கண்டு கொண்டிருந்தார்கள். அதன் விளைவு 'காலம் காலமாக'.

ந. முத்துசாமி